Schule - shule	2
Reise - usafiri	5
Transport - usafiri	8
Stadt - jiji	10
Landschaft - mazingira	14
Restaurant - mgahawa	17
Supermarkt - dukakuu	20
Getränke - vinywaji	22
Essen - chakula	23
Bauernhof - shamba	27
Haus - nyumba	31
Wohnzimmer - sebuleni	33
Küche - jikoni	35
Badezimmer - bafu	38
Kinderzimmer - chumba ya mtoto	42
Kleidung - nguo	44
Büro - ofisi	49
Wirtschaft - uchumi	51
Berufe - kazi	53
Werkzeuge - zana	56
Musikinstrumente - ala za muziki	57
Zoo - bustani ya wanyama	59
Sport - michezo	62
Aktivitäten - shughuli	63
Familie - familia	67
Körper - mwili	68
Spital - hospitali	72
Notfall - dharura	76
Erde - dunia	77
Uhr - saa	79
Woche - wiki	80
Jahr - mwaka	81
Formen - maumbo	83
Farben - rangi	84
Gegenteile - kinyume	85
Zahlen - nambari	88
Sprachen - lugha	90
wer / was / wie - ambao / nini / jinsi	91
wo - wapi	92

Impressum
Verlag: BABADADA GmbH, Nedderfeld 112 , 22529 Hamburg
Geschäftsführer / Verlagsleitung: Harald Hof
Druck: Books on Demand GmbH, In de Tarpen 42, 22848 Norderstedt

Imprint
Publisher: BABADADA GmbH, Nedderfeld 112 , 22529 Hamburg, Germany
Managing Director / Publishing direction: Harald Hof
Print: Books on Demand GmbH, In de Tarpen 42, 22848 Norderstedt

dividieren
kugawanya

186/2

Klassenzimmer
sajili

Tafel
ubao

Schulhof
eneo la shule

Lehrer
mwalimu

Papier
karatasi

schreiben
kuandika

Stift
kalamu

Schreibtisch
dawati

Lineal
rula

Buch
kitabu

Schüler
mwanafunzi

Schultasche

mkoba

Federmappe

kikasha cha penseli

Bleistift

penseli

Bleistiftspitzer

kichonga penseli

Radierer

mpira

Zeichenblock

pedi ya kuchora

Zeichnung

uchoraji

Pinsel

brashi ya rangi

Malkasten

sanduku la rangi

Schere

mkasi

Klebstoff

gundi

Übungsheft

daftari

Hausübung

kazi ya nyumbani

Zahl

nambari

addieren

jumlisha

subtrahieren

ondoa

multiplizieren

zidisha

rechnen

kokotoa

Buchstabe

barua

Alphabet

alfabeti

Wort

neno

Text	lesen	Kreide
maandishi	kusoma	chaki
Unterrichtsstunde	Klassenbuch	Prüfung
somo	sajili	uchunguzi
Zeugnis	Schuluniform	Ausbildung
cheti	sare za shule	elimu
Lexikon	Universität	Mikroskop
elezo	chuo kikuu	darubini
Karte	Papierkorb	
ramani	kikapu cha kuweka karatasi chafu	

Hotel
hoteli

Herberge
hosteli

Wechselstube
ofisi ya ubadilishanaji

Koffer
sanduku

Auto
gari

Sprache
lugha

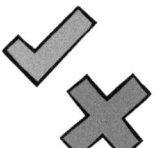

ja / nein
ndiyo / la

Okay
sawa

Hallo
hujambo

Dolmetscherin
mtafsiri

Danke
Asante

Wie viel kostet ...?

kiasi gani ni ...?

Ich verstehe nicht.

Sielewi

Problem

tatizo

Guten Abend!

Jioni njema!

Guten Morgen!

Habari za asubuhi!

Gute Nacht!

Usiku mwema!

Auf Wiederschaun!

kwa heri

Richtung

mwelekeo

Gepäck

mizigo

Tasche

mfuko

Rucksack

shanta

Gast

mgeni

Zimmer

chumba

Schlafsack

begi la kulalia

Zelt

hema

Touristeninformation

taarifa ya utalii

Strand

ufuo

Kreditkarte

kadi

Frühstück

kifunguakinywa

Mittagessen

chakula cha mchana

Abendessen

chakula cha jioni

Fahrkarte

tiketi

Lift

kuinua

Briefmarke

muhuri

Grenze

mpaka

Zoll

mila

Botschaft

ubalozi

Visum

visa

Pass

pasipoti

Flugzeug
ndege

Schiff
meli

Feuerwehrauto
injini ya moto

Bus
basi

Lastwagen
lori

Motorboot
motaboti

Fahrrad
baiskeli

Auto
gari

Fähre
feri

Boot
mashua

Motorrad
pikipiki

Polizeiauto
gari la polisi

Rennauto
gari la mashindano

Mietwagen
gari la kukodisha

Carsharing

kushiriki gari

Abschleppwagen

lori la kuvuta

Müllwagen

ukusanyaji taka

Motor

motor

Kraftstoff

mafuta

Tankstelle

kituo cha mafuta

Verkehrsschild

ishara trafiki

Verkehr

trafiki

Stau

msongamano

Parkplatz

maegesho

Bahnhof

kituo cha treni

Schienen

reli

Zug

garimoshi

Straßenbahn

tremu

Wagon

gari la mizigo

Hubschrauber

helikopta

Flughafen

uwanja wa ndege

Tower

mnara

Passagier

abiria

Container

chombo

Karton

katoni

Rollwagen

mkokoteni

Korb

kikapu

starten / landen

ondoka

Stadt

jiji

Dorf

kijiji

Stadtzentrum

katikati ya jiji

Haus

nyumba

Kino
sinema

Werbung
tangazo

Straßenlaterne
taa za mitaani

Straße
barabara

Taxi
teksi

Kiosk
duka la vitafunio

Fußgänger
mtembea kwa miguu

Gehsteig
njia ya waenda kwa miguu

Zebrastreifen
kivuko

Mülltonne
pipa

Kreuzung
kuvuka

Ampel
taa za trafiki

Hütte

kibanda

Wohnung

gorofa

Bahnhof

kituo cha treni

Rathaus

ukumbi wa mji

Museum

Makavazi

Schule

shule

Universität

chuo kikuu

Bank

benki

Spital

hospitali

Hotel

hoteli

Apotheke

duka la dawa

Büro

ofisi

Buchhandlung

duka la kitabu

Geschäft

duka

Blumenladen

duka la maua

Supermarkt

dukakuu

Markt

soko

Kaufhaus

idara ya kuhifadhi

Fischhändler

mwuza samaki

Einkaufszentrum

kituo cha ununuzi

Hafen

bandari

Park

Hifadhi

Bank

benki

Brücke

daraja

Stiege

vidato

U-Bahn

chini ya ardhi

Tunnel

handaki

Bushaltestelle

kituo cha mabasi

Bar

bar

Restaurant

mgahawa

Briefkasten

sanduku la posta

Straßenschild

ishara ya barabara

Parkuhr

mita ya maegesho

Zoo

bustani ya wanyama

Badeanstalt

kidimbwi cha kuogelea

Moschee

msikiti

Bauernhof
shamba

Umweltverschmutzung
uchafuzi

Friedhof
makaburini

Kirche
kanisa

Spielplatz
uwanja wa michezo

Tempel
hekalu

Landschaft

mazingira

Blatt
jani

Wegweiser
ishara ya mwelekeo

Weg
njia

Wiese
malisho

Stein
jiwe

Baum
mti

Wanderer
mtembeaji wa masafa

Fluss
mto

Gras
nyasi

Blume
ua

Tal

bonde

Hügel

kilima

See

ziwa

Wald

msitu

Wüste

jangwa

Vulkan

volkano

Schloss

ngome

Regenbogen

upinde wa mvua

Pilz

uyoga

Palme

mtende

Moskito

mbu

Fliege

kuruka

Ameise

chungu

Biene

nyuki

Spinne

buibui

Käfer

mende

Frosch

chura

Eichhörnchen

kuchakuro

Igel

nungunungu

Hase

sungura

Eule

bundi

Vogel

ndege

Schwan

swan

Wildschwein

nguruwe mwitu

Hirsch

kulungu

Elch

aina ya kongoni

Staudamm

bwawa

Windrad

tabo ya upepo

Solarmodul

nishaji ya jua

Klima

hali ya hewa

Kellner
mhudumu

Speisekarte
menyu

Sessel
kiti

Suppe
supu

Pizza
piza

Besteck
vilia

Tischdecke
kitambaa cha mezani

Vorspeise

kiamsha hamu

Hauptgericht

kozi kuu

Nachspeise

kitindamlo

Getränke

vinywaji

Essen

chakula

Flasche

chupa

Fastfood

chakula cha haraka

Streetfood

Streetfood

Teekanne

buli

Zuckerdose

kisanduku cha sukari

Portion

sehemu

Espressomaschine

mashine ya espresso

Kinderstuhl

kiti kirefu

Rechnung

muswada

Tablett

trei

Messer

kisu

Gabel

uma

Löffel

kijiko

Teelöffel

kijiko cha chai

Serviette

nepi

Glas

glasi

Teller

sahani

Suppenteller

sahani ya supu

Untertasse

sufuria

Sauce

mchuzi

Salzstreuer

kichanyaji chumvi

Pfeffermühle

kinu cha pilipili

Essig

siki

Öl

mafuta

Gewürze

viungo

Ketchup

kechapu

Senf

haradali

Mayonnaise

kachumbari nzito

Supermarkt

dukakuu

Angebot
ofa maalum

Kunde
mteja

Milchprodukte
maziwa

Obst
matunda

Einkaufswagen
toroli

Schlachterei

mchinjaji

Bäckerei

mwokaji

wiegen

uzito

Gemüse

mboga

Fleisch

nyama

Tiefkühlkost

chakula waliohifadhiwa

Aufschnitt
vipande vya nyama baridi

Konserven
chakula cha kopo

Waschmittel
sabuni ya unga

Süßigkeiten
pipi

Haushaltsartikel
bidhaa za kaya

Reinigungsmittel
bidhaa za kusafisha

Verkäuferin
mtu mauzo

Kassa
mpaka

Kassiererin
keshia

Einkaufsliste
orodha ya manunuzi

Öffnungszeiten
masaa ya ufunguzi

Brieftasche
mkoba

Kreditkarte
kadi

Tasche
mfuko

Plastiktüte
mfuko wa plastiki

Wasser

maji

Saft

sharubati

Milch

maziwa

Cola

coke

Wein

mvinyo

Bier

bia

Alkohol

pombe

Kakao

kakao

Tee

chai

Kaffee

kahawa

Espresso

spreso

Cappuccino

kapuchino

Banane

ndizi

Apfel

tufaha

Orange

machungwa

Melone

tikiti

Zitrone

lemon

Karotte

karoti

Knoblauch

kitunguu saumu

Bambus

mianzi

Zwiebel

kitunguu

Pilz

uyoga

Nüsse

karanga

Nudeln

nudo

Spaghetti

spageti

Reis

mpunga

Salat

saladi

Pommes frites

vibanzi

Bratkartoffeln

viazi vya kukaanga

Pizza

piza

Hamburger

hambaga

Sandwich

sandwichi

Schnitzel

kipande

Schinken

paja la mnyama

Salami

salami

Wurst

soseji

Huhn

kuku

Braten

choma

Fisch

samaki

Haferflocken

oats ya uji

Müsli

muesli

Cornflakes

cornflakes

Mehl

unga

Croissant

kroisanti

Semmel

andazi

Brot

mkate

Toast

mkate wa kubanika

Kekse

biskuti

Butter

siagi

Topfen

maziwa mgando

Kuchen

keki

Ei

yai

Spiegelei

yai kukaanga

Käse

jibini

Eiscreme

aiskrimu

Zucker

sukari

Honig

asali

Marmelade

jemu

Schokoladenaufstrich

kuenea kwa chokoleti

Curry

mchuzi wa viungo

Bauernhaus
nyumba ya kilimo

Strohballen
majani bale

Scheune
ghalani

Feld
uwanja

Pferd
farasi

Anhänger
trela

Fohlen
mtoto

Traktor
trekta

Esel
punda

Schaf
kondoo

Lamm
mwanakondoo

Ziege

mbuzi

Kuh

ng'ombe

Kalb

ndama

Schwein

nguruwe

Ferkel

mwananguruwe

Stier

fahali

Gans

batabukini

Ente

bata

Küken

kifaranga

Huhn

kuku

Hahn

jogoo

Ratte

panya

Katze

paka

Maus

panya

Ochse

ng'ombe

Hund

mbwa

Hundehütte

nyumba ya mbwa

Gartenschlauch

bomba la bustani

Gießkanne

debe la kumwagilia maji

Sense

fyekeo

Pflug

kulima

Sichel

mundu

Hacke

jembe

Mistgabel

uma wa nyasi

Axt

shoka

Schubkarre

toroli

Trog

kupitia nyimbo

Milchkanne

chombo cha maziwa

Sack

gunia

Zaun

ua

Stall

imara

Treibhaus

chafu

Boden

udongo

Saat

mbegu

Dünger

mbolea

Mähdrescher

kivunaji

ernten

mavuno

Ernte

mavuno

Yamswurzel

viazi vikuu

Weizen

ngano

Soja

soya

Erdapfel

viazi

Mais

mahindi

Raps

rapa

Obstbaum

mti wa matunda

Maniok

muhogo

Getreide

nafaka

Schornstein
chimni

Dach
paa

Regenrinne
bomba la maji ya mvua

Fenster
dirisha

Garage
gareji

Klingel
kengele ya mlangoni

Tür
mlango

Abfallkübel
pipa la taka

Briefkasten
sanduku la barua

Garten
bustani

Wohnzimmer
sebuleni

Badezimmer
bafu

Küche
jikoni

Schlafzimmer
chumba cha kulala

Kinderzimmer
chumba ya mtoto

Esszimmer
chumba cha kulia

Boden

sakafu

Wand

ukuta

Decke

dari

Keller

pishi

Sauna

sauna

Balkon

roshani

Terrasse

mtaro

Schwimmbad

kidimbwi

Rasenmäher

mashine ya kukata nyasi

Bettbezug

karatasi

Bettdecke

kitambaa cha kupamba
kitanda

Bett

kitanda

Besen

ufagio

Kübel

ndoo

Schalter

kubadili

Tapete
mandhari

Bild
picha

Lampe
taa

Regal
rafu

Schrank
kabati

Kamin
mekoni

Fernseher
televisheni/runinga

Blume
ua

Polster
mto

Vase
chombo cha maua

Sofa
sofa

Fernbedienung
kitenzambali

Teppich
zulia

Vorhang
pazia

Tisch
meza

Sessel
kiti

Schaukelstuhl
kiti cha bembea

Sessel
armchair

Buch

kitabu

Decke

blanketi

Dekoration

mapambo

Feuerholz

kuni

Film

filamu

Stereoanlage

kifaa cha hi-fi

Schlüssel

ufunguo

Zeitung

gazeti

Gemälde

uchoraji

Poster

bango

Radio

redio

Notizblock

daftari

Staubsauger

kifyonza

Kaktus

dungusi kakati

Kerze

mshumaa

Kühlschrank
jokofu

Mikrowelle
kikanza

Küchenwaage
wadogo jikoni

Toaster
kibaniko

Reinigungsmittel
sabuni

Backofen
stovu

Gefrierfach
friza

Abfallkübel
pipa la taka

Geschirrspüler
mashine ya kuoshea vyombo

Herd

jiko la kupika

Topf

chungu

Eisentopf

sufuria ya chuma

Wok / Kadai

wok / kadai

Pfanne

kaango

Wasserkocher

birika

Dampfgarer

stima

Backblech

sinia ya kuoka

Geschirr

vyombo vya udongo

Becher

kombe

Schale

bakuli

Essstäbchen

vijiti vya kulia

Schöpflöffel

ukawa

Pfannenwender

mwiko mpana

Schneebesen

burashi

Kochsieb

kichujio

Sieb

chujio

Reibe

mbuzi

Mörser

chokaa

Grill

barbeque

Kaminfeuer

moto wazi

Schneidebrett

ubao wa majaribio

Nudelholz

kijiti cha kusukuma unga

Korkenzieher

kizibuo

Dose

kopo

Dosenöffner

inaweza kopo

Topflappen

kishikio cha chungu

Waschbecken

karo

Bürste

brashi

Schwamm

sifongo

Mixer

kisagaji matunda

Gefriertruhe

friji ya kina

Babyflasche

chupa ya mtoto

Wasserhahn

bomba

Heizung
joto

Dusche
mfereji wa kuogea

Handtuch
taulo

Duschvorhang
pazia la kuogea

Schaumbad
maji ya kuoga yenye povu

Badewanne
hodhi

Glas
glasi

Waschmaschine
mashine ya kuosha

Fliesen
vigae

Wasserhahn
bomba

Nachttopf
poti

Waschbecken
karo

Klo

choo

Hocktoilette

choo cha squat

Bidet

beseni la mviringo

Pissoir

choo cha umma

Klopapier

shashi

Klobürste

brashi ya choo

Zahnbürste

mswaki

Zahnpasta

dawa ya meno

Zahnseide

dawa ya meno

waschen

safisha

Handbrause

kuoga mkono

Intimdusche

msukumo wa maji

Waschschüssel

bonde

Rückenbürste

mpako wa pili

Seife

sabuni

Duschgel

jeli ya kuogea

Shampoo

shampuu

Waschlappen

flana

Abfluss

toa maji

Creme

krimu

Deodorant

kiondoa harufu

Spiegel

kioo

Kosmetikspiegel

kioo mkono

Rasierer

kinyozi

Rasierschaum

povu la kunyoa

Rasierwasser

baada ya kunyoa

Kamm

kichana

Bürste

brashi

Föhn

kikausha nywele

Haarspray

marashi ya nyewele

Makeup

vipodozi

Lippenstift

kidomwa

Nagellack

varnish ya msumari

Watte

pamba

Nagelschere

mkasi wa kucha

Parfum

manukato

Kulturbeutel

mkoba wa kuosha

Hocker

kinyesi

Waage

mizani

Bademantel

nguo ya kuoga

Gummihandschuhe

glavu za mpira

Tampon

kisodo

Damenbinde

sodo

Chemietoilette

kemikali choo

Wecker
saa ya kengele

Kuscheltier
kidoli cha kupakata

Spielzeugauto
gari bandia

Rassel
kelele

Puppenhaus
chumba cha midoli

Geschenk
sasa

Ballon

baluni

Bett

kitanda

Kinderwagen

mashua

Kartenspiel

staha ya kadi

Puzzle

mchezo-fumb

Comic

vichekesho

Legosteine

matofali lego

Bausteine

vitalu mwigo

Actionfigur

hatua takwimu

Strampelanzug

suti ya kulalia

Frisbee

kisahani

Mobile

simu

Brettspiel

ubao wa michezo

Würfel

kete

Modelleisenbahn

garimoshi mwigo

Schnuller

dummy

Party

chama

Bilderbuch

picha kitabu

Ball

mpira

Puppe

kikaragosi

spielen

kucheza

Sandkasten

shimo la mchanga

Schaukel

bembea

Spielzeug

vitu bandia

Spielkonsole

kiweko cha video ya mchezo

Dreirad

baiskeli ya magurudumu

matatu

Teddy

mwanasesere

Kleiderschrank

kabati

Kleidung

nguo

Socken

soksi

Strümpfe

stokingi

Strumpfhose

kibano

Schal
skafu

Regenschirm
mwavuli

Gürtel
ukanda

T-Shirt
fulana

Stiefel
viatu

Hausschuhe
ndara

Turnschuhe
wakufunzi

Sandalen

malapa

Schuhe

viatu

Gummistiefel

mabuti ya mpira

Unterhose

suruali ya ndani

Büstenhalter

sidiria

Unterhemd

fulana

Body

mwili

Hose

suruali

Jeans

dangirizi

Rock

sketi

Bluse

blauzi

Hemd

shati

Pullover

vuta

Kapuzenpullover

sweta

Blazer

bleza

Jacke

jaketi

Mantel

koti

Regenmantel

koti la mvua

Kostüm

maleba

Kleid

gauni

Hochzeitskleid

mavazi ya harusi

Kleidung - nguo

Anzug

suti

Nachthemd

vazi la usiku

Pyjama

pajama

Sari

sari

Kopftuch

skafu

Turban

kilemba

Burka

burka

Kaftan

kaftan

Abaya

abaya

Badeanzug

vazi la kuogelea

Badehose

vazi la kiume la kuogelea

kurze Hose

kaptura

Jogginganzug

teitei

Schürze

aproni

Handschuhe

glavu

Knopf

kifungo

Brille

glasi

Armband

bangili

Halskette

mkufu

Ring

pete

Ohrring

herini

Mütze

kofia

Kleiderbügel

kiango cha koti

Hut

kofia

Krawatte

tai

Reißverschluss

zipu

Helm

kofia

Hosenträger

kanda za suruali

Schuluniform

sare za shule

Uniform

sare

Lätzchen

bibu

Schnuller

dummy

Windel

nepi

Aktenschrank
kabati la kuweka faili

Server
seva

Drucker
kichapishaji

Monitor
kiwambo

Papier
karatasi

Schreibtisch
dawati

Maus
kipanya

Ordner
folda

Tastatur
kibodi

Sessel
kiti

korb
cha kuweka karatasi chafu

Computer
kompyuta

Kaffeebecher

kmobe la kahawa

Taschenrechner

kikokotoo

Internet

biashara

Laptop

mbali

Brief

barua

Nachricht

ujumbe

Handy

rununu

Netzwerk

intaneti

Kopierer

fotokopia

Software

programu

Telefon

simu

Steckdose

soketi

Fax

kipepesi

Formular

fomu

Dokument

hati

kaufen

kununua

bezahlen

kulipa

handeln

biashara

Geld

fedha

Dollar

dola

Euro

yuro

Yen

yeni

Rubel

rouble

Franken

faranga ya Uswisi

Renminbi Yuan

renminbi yuan

Rupie

rupia

Bankomat

eneo la kulipia

Wechselstube

ofisi ya ubadilishanaji

Gold

dhahabu

Silber

fedha

Öl

mafuta

Energie

nishati

Preis

bei

Vertrag

mkataba

Steuer

kodi

Aktie

bidhaa

arbeiten

kazi

Angestellte

mfanyakazi

Arbeitgeber

mwajiri

Fabrik

kiwanda

Geschäft

duka

Polizist
afisa wa polisi

Feuerwehrmann
mzimamoto

Koch
mpishi

Ärztin
daktari

Pilot
rubani

Gärtner

mtunza bustani

Tischler

seremala

Schneiderin

mshonaji

Richter

hakimu

Chemikerin

mwanakemia

Schauspieler

muigizaji

Busfahrer

dereva wa basi

Taxifahrer

dereva wa teksi

Fischer

mvuvi

Putzfrau

mwanamke wa kusafisha

Dachdecker

mwezekaji

Kellner

mhudumu

Jäger

mwindaji

Maler

mchoraji

Bäcker

mwokaji

Elektriker

umeme

Bauarbeiter

mjenzi

Ingenieur

mhandisi

Schlachter

mchinjaji

Installateur

fundi bomba

Briefträgerin

mwanaposta

Soldat

mwanajeshi

Architekt

msanifu majengo

Kassiererin

keshia

Blumenhändlerin

muuza maua

Friseur

msusi

Schaffner

kondakta

Mechaniker

mekanika

Kapitän

nahodha

Zahnärztin

daktari wa meno

Wissenschaftler

mwanasayansi

Rabbi

rabbi

Imam

imamu

Mönch

mtawa

Pfarrer

kasisi

Hammer
nyundo

Zange
koleo

Schraubenzieher
bisibisi

Schraubenschlüssel
spana

Taschenlampe
kurunzi

Bagger

mchimbaji

Werkzeugkasten

sanduku la vifaa

Leiter

ngazi

Säge

msumeno

Nägel

misumari

Bohrer

kuchimba visima

reparieren

kukarabati

Schaufel

sepetu

Scheiße!

Lo!

Kehrschaufel

kishikio cha uchafu

Farbtopf

chungu cha rangi

Schrauben

skurubu

Musikinstrumente
ala za muziki

Schlagzeug
mpangilio wa ngoma

Lautsprecher
spika

Gitarre
gita

Kontrabass
besi mara mbili

Trompete
tarumbeta

Klavier

piano

Violine

fidla

Bass

ubeji

Pauke

timpani

Trommeln

ngoma

Tastatur

kibodi

Saxophon

saksafoni

Flöte

filimbi

Mikrofon

maikrofoni

Eingang
lango la kuingia

Tiger
simbamarara

Käfig
ngome

Zebra
pundamilia

Tierfutter
chakula cha mifugo

Panda
panda

Tiere

wanyama

Elefant

tembo

Känguru

kangaruu

Nashorn

kifaru

Gorilla

sokwe

Bär

dubu

Kamel

ngamia

Strauß

mbuni

Löwe

simba

Affe

tumbili

Flamingo

heroe

Papagei

kasuku

Eisbär

dubu

Pinguin

penguini

Hai

papa

Pfau

tausi

Schlange

nyoka

Krokodil

mamba

Zoowärter

mtunza wanyama

Robbe

muhuri

Jaguar

jaguar

Zoo - bustani ya wanyama

Pony

mwanafarasi

Leopard

chui

Nilpferd

kiboko

Giraffe

twiga

Adler

tai

Wildschwein

nguruwe mwitu

Fisch

samaki

Schildkröte

kobe

Walross

sili

Fuchs

mbweha

Gazelle

paa

American Football
soka ya marekani

Radfahren
uendeshaji baiskeli

Tennis
tenisi

Basketball
mpira wa kikapu

Schwimmen
kuogelea

Boxen
ndondi

Eishockey
magongo ya barafuni

Fußball
soka

Badminton
vinyoya

Leichtathletik
riadha

Handball
mpira wa mikono

Skifahren
skii

Polo
polo

springen
kuruka

umarmen
kumbatia

lachen
cheka

gehen
kutembea

singen
kuimba

träumen
ota ndoto

beten
kuomba

küssen
busu

schreiben
kuandika

zeichnen
kuteka

zeigen
angalia

drücken
sukuma

geben
kutoa

nehmen
kuchukua

haben

kuwa

machen

fanya

sein

kuwa

stehen

kusimama

laufen

kukimbia

ziehen

vuta

werfen

kutupa

fallen

kuanguka

liegen

hadaa

warten

kusubiri

tragen

kubeba

sitzen

kukaa

anziehen

vaa nguo

schlafen

usingizi

aufwachen

kuamka

ansehen

kuangalia

weinen

lia

streicheln

kiharusi

frisieren

chana nywele

reden

ongea

verstehen

kuelewa

fragen

kuuliza

hören

kusikiliza

trinken

kunywa

essen

kula

zusammenräumen

nadhifisha

lieben

upendo

kochen

mpishi

fahren

gari

fliegen

kuruka

segeln

meli

rechnen

kokotoa

lesen

kusoma

lernen

kujifunza

arbeiten

kazi

heiraten

kuoa

nähen

kushona

Zähne putzen

piga mswaki

töten

kuua

rauchen

moshi

senden

kutuma

Großmutter
bibi

Großvater
babu

Vater
baba

Mutter
mama

Baby
mtoto

Tochter
binti

Sohn
bin

Gast

mgeni

Tante

shangazi

Onkel

mjomba

Bruder

kaka

Schwester

dada

mwili

Stirn
paji la uso

Auge
jicho

Schulter
bega

Finger
kidole

Gesicht
uso

Kinn
kidevu

Hand
mkono

Brust
matiti

Bein
mguu

Arm
mkono

Baby
mtoto

Mann
mwanamume

Frau
mwanamke

Mädchen
msichana

Junge
mvulana

Kopf
kichwa

Rücken

nyuma

Bauch

tumbo

Nabel

kitovu

Zeh

chano

Ferse

kisigino

Knochen

mfupa

Hüfte

nyonga

Knie

goti

Ellbogen

kiwiko

Nase

pua

Gesäß

chini

Haut

ngozi

Wange

shavu

Ohr

sikio

Lippe

mdomo

Mund

kinywa

Zahn

jino

Zunge

ulimi

Gehirn

ubongo

Herz

moyo

Muskel

misuli

Lunge

pafu

Leber

ini

Magen

tumbo

Nieren

figo

Geschlechtsverkehr

jinsia

Kondom

kondomu

Eizelle

ovari

Sperma

shahawa

Schwangerschaft

mimba

Menstruation

hedhi

Vagina

uke

Penis

uume

Augenbraue

unyusi

Haar

nywele

Hals

shingo

Spital
hospitali

Rettung
gari la wagonjwa

Rollstuhl
kiti cha magurudumu

Bruch
jeraha

Ärztin

daktari

Notaufnahme

chumba cha dharura

Krankenschwester

muuguzi

Notfall

dharura

ohnmächtig

kupoteza fahamu

Schmerz

maumivu

Verletzung
kuumia

Blutung
kutokwa na damu

Herzinfarkt
mshtuko wa moyo

Schlaganfall
kiharusi

Allergie
mzio

Husten
kikohozi

Fieber
homa

Grippe
mafua

Durchfall
kuharisha

Kopfschmerzen
maumivu ya kichwa

Krebs
kansa

Diabetes
ugonjwa wa kisukari

Chirurg
daktari mpasuaji

Skalpell
kisu kidogo cha kupasulia

Operation
operesheni

CT

picha changanufu ya mwili

Röntgen

Eksrei

Ultraschall

mawimbi sauti

Maske

barakoa ya uso

Krankheit

ugonjwa

Wartezimmer

chumba cha kusubiri

Krücke

mkongojo

Pflaster

plasta

Verband

bendeji

Injektion

sindano

Stethoskop

stetoskopu

Trage

machela

Thermometer

kipimajoto cha kliniki

Geburt

kuzaliwa

Übergewicht

unene kupita kiasi

Hörgerät

kusikia misaada

Desinfektionsmittel

kipukusi

Infektion

maambukizi

Virus

virusi

HIV / AIDS

VVU / UKIMWI

Medizin

dawa

Impfung

chanjo

Tabletten

vidonge

Pille

kidonge

Notruf

simu ya dharura

Blutdruckmesser

haemodainamometa

krank / gesund

mgonjwa / mwenye afya

Hilfe!	Alarm	Überfall
Msaada!	kengele	pigo

Angriff	Gefahr	Notausgang
shambulizi	hatari	lango la dharura

Feuer!	Feuerlöscher	Unfall
Moto!	kizima moto	ajali

Erste-Hilfe-Koffer	SOS	Polizei
vifaa vya huduma ya kwanza	wito wa msaada	polisi

Europa

Ulaya

Nordamerika

Amerika ya Kaskazini

Südamerika

Amerika ya Kusini

Afrika

Afrika

Asien

Asia

Australien

Australia

Atlantik

Atlantiki

Pazifik

Pasifiki

Indische Ozean

Bahari ya Hindi

Antarktische Ozean

Bahari ya Antaktiki

Arktische Ozean

Bahari ya Aktiki

Nordpol

Ncha ya Kaskazini

Südpol

Ncha ya Kusini

Antarktis

Antaktika

Erde

dunia

Land

nchi

Meer

bahari

Insel

kisiwa

Nation

taifa

Staat

jimbo

Ziffernblatt

uso wa saa

Stundenzeiger

akrabu ya saa

Minutenzeiger

akrabu ya dakika

Sekundenzeiger

akrabu ya sekunde

Wie spät ist es?

Ni saa ngapi?

Tag

siku

Zeit

wakati

jetzt

sasa

Digitaluhr

saa ya dijitali

Minute

dakika

Stunde

saa

Woche

wiki

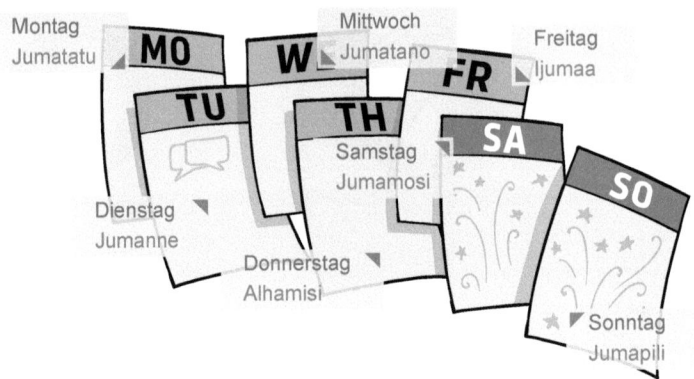

Montag
Jumatatu

Mittwoch
Jumatano

Freitag
Ijumaa

Dienstag
Jumanne

Samstag
Jumamosi

Donnerstag
Alhamisi

Sonntag
Jumapili

gestern

jana

heute

leo

morgen

kesho

Morgen

asubuhi

Mittag

saa sita mchana

Abend

jioni

Arbeitstage

siku za biashara

Wochenende

mwishoni mwa wiki

Regen
mvua

Regenbogen
upinde wa mvua

Wind
upepo

Schnee
theluji

Frühling
majira ya machipuko

Herbst
vuli

Sommer
kiangazi

Winter
majira ya baridi

Wettervorhersage
utabiri wa hali ya hewa

Thermometer
kipimajoto

Sonnenschein
mwanga wa jua

Wolke
wingu

Nebel
ukungu

Luftfeuchtigkeit
unyevu

Blitz

umeme

Donner

radi

Sturm

dhoruba

Hagel

mvua ya mawe

Monsun

monsuni

Flut

mafuriko

Eis

barafu

Jänner

Januari

Februar

Februari

März

Machi

April

Aprili

Mai

Mei

Juni

Juni

Juli

Julai

August

Agosti

Jahr - mwaka

September
Septemba

Oktober
Oktoba

November
Novemba

Dezember
Desemba

Kreis
mduara

Quadrat
mraba

Rechteck
mstatili

Dreieck
pembetatu

Kugel
nyanja

Würfel
mchemraba

Farben
rangi

weiß

nyeupe

gelb

manjano

orange

chungwa

pink

rangi ya waridi

rot

nyekundu

lila

hudhurungi

blau

bluu

grün

kijani

braun

hanja

grau

jivujivu

schwarz

nyeusi

viel / wenig

mengi / kidogo

wütend / friedlich

hasira / pole

hübsch / hässlich

nzuri / mbaya

Anfang / Ende

mwanzo / mwisho

groß / klein

kubwa / ndogo

hell / dunkel

angavu / giza

Bruder / Schwester

kaka / dada

sauber / schmutzig

safi / chafu

vollständig / unvollständig

kamilika / tokamilika

Tag / Nacht

siku / usiku

tot / lebendig

wafu / hai

breit / schmal

pana / nyembamba

genießbar / ungenießbar

kulika / kutolika

böse / freundlich

ovu / ema

aufgeregt / gelangweilt

sisimkwa / udhika

dick / dünn

nene / nyembamba

zuerst / zuletzt

kwanza / mwisho

Freund / Feind

rafiki / adui

voll / leer

jaa / tupu

hart / weich

ngumu / laini

schwer / leicht

nzito / nyepesi

Hunger / Durst

njaa / kiu

krank / gesund

mgonjwa / mwenye afya

illegal / legal

haramu / kisheria

gescheit / dumm

akili / kijinga

links / rechts

kushoto / kulia

nah / fern

karibu / mbali

neu / gebraucht

mpya / kutumika

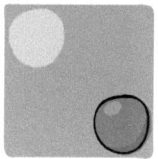

nichts / etwas

kitu / jambo

alt / jung

zee / changa

an / aus

waka / zima

offen / geschlossen

wazi / fungwa

leise / laut

utulivu / kelele

reich / arm

tajiri / masikini

richtig / falsch

sahihi / kosa

rau / glatt

mbaya / laini

traurig / glücklich

huzunika / furahia

kurz / lang

fupi /ndefu

langsam / schnell

polepole / haraka

nass / trocken

nyevu / kavu

warm / kühl

joto / baridi

Krieg / Frieden

vita / amani

0

null

sufuri

1

eins

moja

2

zwei

mbili

3

drei

tatu

4

vier

nne

5

fünf

tano

6

sechs

sita

7

sieben

saba

8

acht

nane

9

neun

tisa

10

zehn

kumi

11

elf

kumi na moja

12

zwölf
kumi na mbili

13

dreizehn
kumi na tatu

14

vierzehn
kumi na nne

15

fünfzehn
kumi na tano

16

sechzehn
kumi na sita

17

siebzehn
kumi na saba

18

achtzehn
kumi na nane

19

neunzehn
kumi na tisa

20

zwanzig
ishirini

100

hundert
mia

1.000

tausend
elfu

1.000.000

Million
milioni

Sprachen
Iugha

Englisch
Kiingereza

Amerikanisches Englisch
Kiingereza cha Marekani

Chinesisch (Mandarin)
Kimandarini cha Uchina

Hindi
Kihindi

Spanisch
Kihispania

Französisch
Kifaransa

Arabisch
Kiarabu

Russisch
Kirusi

Portugiesisch
Kireno

Bengalisch
Kibengali

Deutsch
Kijerumani

Japanisch
Kijapani

ich
mimi

du
wewe

er / sie / es
yeye / yeye / ni

wir
sisi

ihr
wewe

sie
wao

Wer?
nani?

Was?
nini?

Wie?
jinsi gani?

Wo?
wapi?

Wann?
lini?

Name
jina

hinter
....
nyuma

in
....
katika

vor
....
mbele ya

über
....
juu ya

auf
....
kwenye

unter
....
chini ya

neben
....
kando

zwischen
....
kati

Ort
....
mahali